बब्बड

मालिका भाग २

रंगीत घोटाळा
आणि
छोटे जवान

राजीव तांबे

हे पुस्तक माझं आहे.

....

....

मेहता पब्लिशिंग हाऊस

Please contact us at **Mehta Publishing House Pvt. Ltd., Pune.**

Email : production@mehtapublishinghouse.com
Website:**www.mehtapublishinghouse.com**

RANGEET GHOTALA ANI CHOTE JAWAN by **RAJIV TAMBE**
रंगीत घोटाळा आणि छोटे जवान / बालसाहित्य
राजीव तांबे

संस्थापक : सुनील मेहता
प्रकाशक : मेहता पब्लिशिंग हाऊस. प्रा लि.,
१९४१, सदाशिव पेठ, माडीवाले कॉलनी, पुणे ३०.
✆ ०२०-२४४७६९२४
E-mail : production@mehtapublishinghouse.com
Website : www.mehtapublishinghouse.com

मुद्रक : श्री मुद्रा, पुणे - ०२

प्रथमावृत्ती : सप्टेंबर, २०२२

मुखपृष्ठ व आतील चित्रे : राजेश लवळेकर

किंमत : ₹१४०

P Book ISBN 9789392482878

प्रेमळ पाऊस

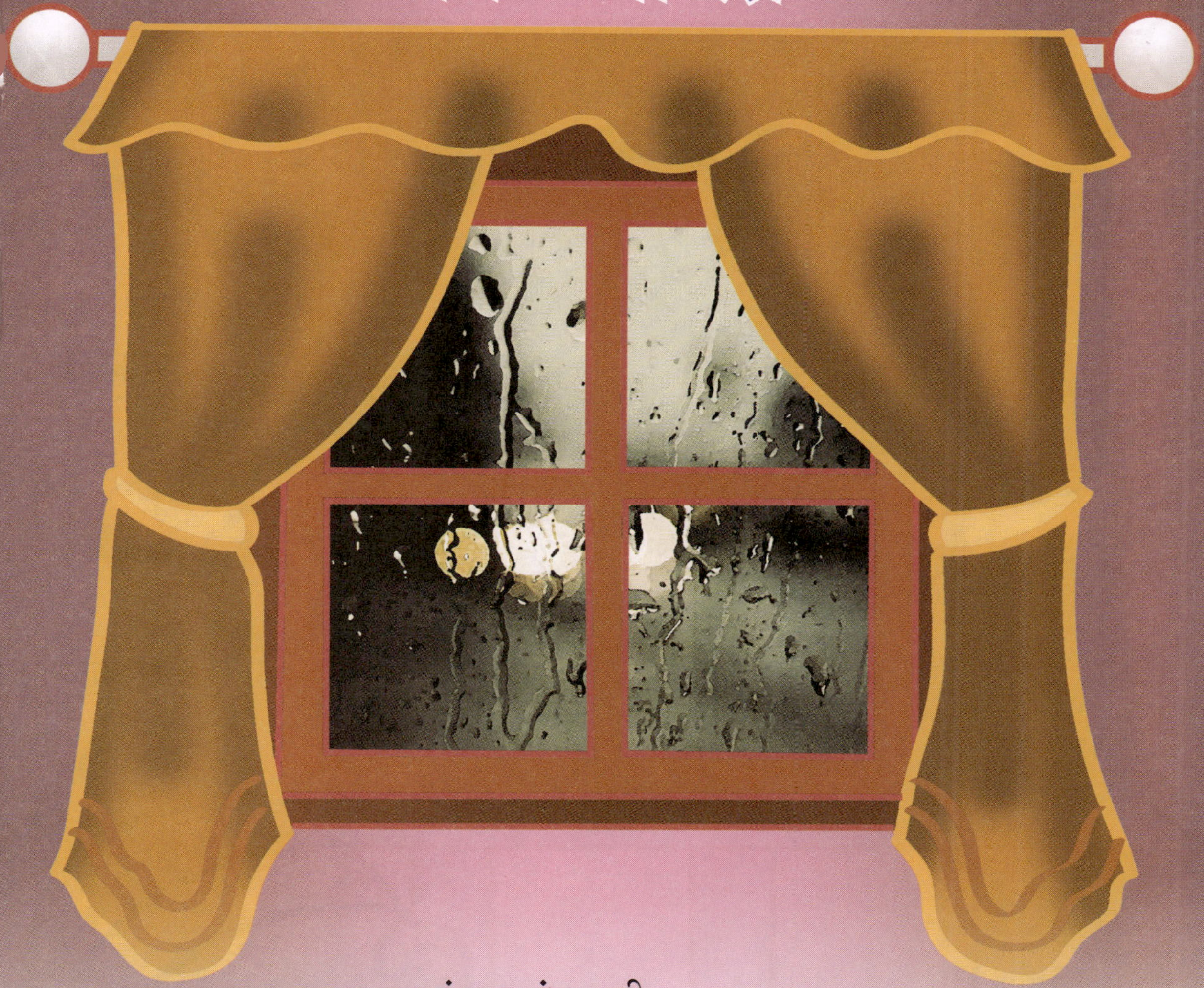

आज सकाळ झाल्यासारखं वाटलंच नाही.

म्हणजे सकाळ झाली होती तरी सगळीकडे इटुकला पिटुकला अंधार होता. मस्त मस्त गारठा होता.

रात्री छान ढाराढूर झोप झाली होती; पण डोळे उघडायची काही इच्छा होत नव्हती.

इतक्यात बाबा खोलीत आले.

बाबा म्हणाले, ''अग, बघ बघ, हे मेंढरू कसं इथं गुरफटून झोपलं ते!

आधी उठव त्या मेंढराला.... त्याला जरा हा पाऊस दाखवतो.''

मेंढरू म्हणजे
नक्की काय
तेच
मला कळेना.

त्यामुळे 'आपल्या खोलीत मेंढरू शिरलंय' या कल्पनेनेच मी जाम घाबरले.

मी अलगद डोळे उघडून 'ते मेंढरू' कुठं दिसतं का, ते पाहिलं.

पण डोळे उघडल्यावर तर मला बाबाच दिसले!

मी पटकन डोळे बंदच केले.

आई बाबांना दटावत म्हणाली, "असं हो काय बोलता आपल्या बब्बडला? जरा झोपलीय ती तर, झोपू दे की. रात्रभर नुसता मुसळधार पाऊस कोसळतोय. म्हणून......"

"म्हणून केव्हढी ती लोकर तिच्या अंगावर!

स्वेटर, शाल, टोपडं, पायमोजे...'' आई बाबांना थांबवत म्हणाली, ''अहो, नाहीतर गारठेल नाही का ती? आणि मेंढरू हो काय म्हणता, या गोड गोड बबडीला?''

बाबा मलाच मेंढरू म्हणतात, हे समजल्यावर मला गंमतच वाटली.

आता जर का मी हात-पाय हलवले नाहीत, डोळे उघडले नाहीत किंवा थुंकी उडवत जोरात ओरडले नाही तर, आई-बाबांचं बोलणं काही थांबणार नाही.... याची मला खात्री होती.

मी हात हलवायचा प्रयत्न केला; पण मला काही जमेना.

मी पाय हलवायचा जोरदार प्रयत्न केला; पण मला काही जमेना.

मी हाता-पायाची बोटं हलवायचा प्रयत्न केला.... पण छे! मला काही जमेना.

कुठल्यातरी मऊ मऊ पांघरुणात मला जाम गुंडाळून ठेवलं होतं.

माझी हातापायाची बोटं पण जड झाली होती.

मग मी वैतागून टक्कन डोळे उघडले.

मला खरंतर बाबांच्या अंगावर उडीच मारायची होती.

पण त्या मेंढरू पांघरुणामुळे मला हालचालच करता येत नव्हती!

माझ्या डोळ्यांना, नाकाला, ओठांना, तोंडाला गार गार झोंबरी हवा झोंबत होती.

आणि त्या जाडजूड मेंढरू पांघरुणामुळे मी आतमध्ये मात्र घामाने चिंब भिजले होते! अगदी हाता-पायांचे तळवेसुद्धा घामाने थबथबले होते.

आता काय करावं बरं?

मी जोर लावून पाय झाडले... पण छे! काहीसुद्धा झालं नाही.

(दात नसल्यामुळे) ओठओठ खाऊन प्रयत्न केले... पण छे! काहीसुद्धा झालं नाही.

पण...

पण माझी धडपड बाबांना समजली.

त्यांनी मला त्या पांघरुणातून अलगद बाहेर काढलं आणि त्यांनी त्यांच्या मेंढरूला हलकेच खांद्यावर घेतलं.

मी ओरडणारच होते, "अग आईऽऽऽ गऽऽ!"

कारण, घामाने भिजलेल्या

अंगाला जेव्हा गारगुच्च वारा लागला तेव्हा अंगावर सरसरून काटा आला!

आणि मी बाबांना गच्चं बिलगले!

बाबा मला लाडकवत म्हणाले,"चला, बब्बड चला, पाऊस बघायला चला. धमाल धो-धो पावसात चला. मस्त मुसळधार पावसात चला. चला, चला पावसात भिजायला चला. अग, बघ तरी, कसा तुफान पाऊस कोसळतोय." बाबांनी खिडकीकडे पाठ केली.

बाबांच्या खांद्यावरून मान उंच करून, मी खिडकीतून बाहेर पाहिलं. बाहेर सगळीकडे धुरकट अंधार ओतलेला! त्यामुळे मला काही दिसलंच नाही. 'रप् रप् रप्

रप्'असा काहीसा आवाज मात्र सारखा ऐकू येत होता. मला वाटलं, 'कुणाचा तरी पंखा बिघडला असेल, त्याचाच हा आवाज असेल.'

बाबा आईकडे वळून म्हणाले,"अग, ती कोपऱ्यातली रंगीत छत्री घे. या बबडीला हा धुवाधार पाऊस दाखवतोच. तिचा पहिलाच पावसाळा ना हा!"

आणि मलासुद्धा कधी एकदा तो पाऊस बघते असं झालं होतं.
पण आई रागावतच म्हणाली, "अहो, काय झालंय काय तुम्हाला?"
आईला मदत करावी म्हणून मीच बाबांकडे निरखून पाहिलं.
पण बाबा तर मला ठाकठीक वाटले! एकदम ओके!!
मग पुन्हा आईकडे पाहिलं.
आईचा राग वाढतच होता.
ती बाबांकडे एकटक पाहत रागाने धुसफुसत म्हणाली, "आणि काय हो, या

एव्हढ्याशा लेकराला, त्या मुसळधार पावसात भिजायला नेताय? तुमचं डोकं फिरलंय की काय?''

आईच्या अशा बोलण्याने मी भलतीच घाबरले.

तरी बाबा मात्र शांतच होते!

आईला पुन्हा मदत करावी म्हणून, मी थोडं पुढे झुकून, मान वळवून पाहिलं तर.. मला डोकं दिसलं.

डावा हात लावून पाहिला, डोकं ठिकाणावर होतं!

डोकं काही फिरलेलं नव्हतंच मुळी.

मग आई असं का म्हणाली असेल... ते मला मात्र पुढच्याच क्षणी समजलं.

बाबा हसत हसत आईला म्हणाले,"अग 'माझे आई', तुला खूपच घाई! मी काही बब्बडला भिजायला नेत नाही. मला का 'हे' समजत नाही?

अग, आम्ही दोघं एका छत्रीत उभे राहतो. इथं उभं राहूनच पाऊस पाहतो. काऽऽय? आता तरी द्या ना ती रंगीबेरंगी छत्री."

समजली का मजा तुम्हाला? अहो, माझे बाबा, माझ्या आईला, 'माझी आई' असं म्हणणार; हे माझ्या आईने आधीच ओळखलं होतं!

म्हणून तर ती म्हणाली,"डोकं ठिकाणावर आहे का?"

आईने बाबांना एक छोटी रंगीत काठी दिली. आणि डोळे मोठे करत

म्हणाली,''हं, लक्षात ठेवा, दोघांनीही पावसात भिजायचं नाही हं!''

बाबा खो खो हसत म्हणाले,''अग, आम्ही तिघंसद्धा भिजणार नाही पावसात! तुला बुवा फारच काळजी!''

आई चक्रावली! आईने डोळे बारीक करत विचारलं,''आँ? कोण तिघं?'' बाबा माझ्याकडे पाहत डोळे मिचकावत म्हणाले,''बब्बडलाच विचार. ती सांगेल बरोब्बर!

काय ग बबडे, सांगशील किनई?''
आईने भुवया उंचावून माझ्याकडे पाहिलं.
मी हसत हसत एकदा बाबांकडे पाहिलं.
एकदा आईकडे पाहिलं.
आईने माझ्या मनातलं ओळखलं.
बाबांनी बहुधा आईच्या मनातलं ओळखलं.
बाबांनी बटण दाबून छत्री उघडली... आणि ...

एक मोठ्ठ रंगीबेरंगी आकाश माझ्या डोक्यावर तयार झालं.

या रंगीबेरंगी आकाशाखाली माझ्यासोबत माझे आई-बाबा होते.

मी रंगीत आकाशातून बाहेर डोकावून पाहिलं तर...
... सारं जग पावसात भिजत होतं.
आणि,
माझ्या रंगीत आकाशाखाली...
.. मी आई-बाबांच्या प्रेमात भिजून गेले होते!
हा माझा पहिला 'प्रेमळ पाऊस' मी कधीच विसरणार नाही.

प्रेमाची चव

खरं सांगते, कालचा गोड गोड अनुभव मी माझ्या आडव्या आयुष्यात (अजून मी ‘उभी’राहत नाही ना, म्हणून म्हटलं) कधीही विसरणार नाही!

क्षणभर, माझा अजूनही विश्वास बसत नाही; पण...

मी दोन कानांनी ऐकलं. दोन डोळ्यांनी पाहिलं.

आणि एका नाकाने वास घेतला,

म्हणून माझा विश्वास बसला!

रात्री दूध प्यायल्यावर थोडीशी टंगळमंगळ केली की मी ढाराढूर झोपत असे.

मी दूध पीत असताना, कधी कधी बाबा म्हणत, ''व्वा! बब्बडचं जेवण चाललंय वाटतं? छान! छान! मग, आपण सारे जेवूया. बब्बड जेवून झोपली की आपण जेवायला मोकळे.'' आता हे ऐकल्यावर मला वाटायचं,'ही मोठी माणसं जेवतात म्हणजे माझ्यासारखंच बाटलीने दूध पीत असणार.

मग थोडा वेळ दंगामस्ती करून झोपी जात असणार.''

मी काल दूध प्यायल्यावर मुद्दामच झोपले नाही.

मनात म्हटलं 'आज पाहूयाच, ही मोठी माणसं कशी दूध पितात ते?'

आता माझ्यासारख्या लहान मुलांना बाटलीतून दूध म्हणजे या मोठ्या माणसांना बादलीतून किंवा पिंपातून दूध, असं मी मनाशी ठरवलं होतं.

प्रत्येकासाठी वेगवेगळी दुधाची बादली आणि छोटीमोठी पिंपं पण असणार.

'बाबा, आजोबा आणि आजी आपापल्या बादलीत तोंड घालून दूध पीत आहेत.

बाबांनी एक बादली फस्त करून, पिंपातून दुसरी बादली भरून घेतली आहे' असं दूध दृश्य मला दिसू लागलं होतं.

इतक्यात लगबग करत आई आली.

माझं दूध पिऊन झालं असल्याने आईने मला खांद्यावर घेतलं.

प्रेमाने कुरवाळलं. पाठीवर हळुवारपणे थोपटलं.

माझ्या केसांतून हात फिरवत मानेला मालीश केलं.

मला दोन-चार ढेकरा आल्यावर आईने मला अलगद गादीवर ठेवलं.

मला सावकाश थोपट थोपट थोपटलं. गुणगुण गुणगुण गाणं गुणगुणलं.

पण मी काही झोपलेच नाही.

आईने दिवा बंद केला तर मी डोळेच उघडले.

आईने माझं दुपटं सैल केलं तर मी हात-पाय झाडले.

आईने माझ्या डोक्यावरून हात फिरवला तर मी फुर्ऽऽ फुर्ऽऽ करत थुंकी उडवली.

मी आता काही झोपणार नाही, हे आईने ओळखलं.

तोच बाबा म्हणाले, "चला जेवायला. सगळी तयारी झालीय बरं. हं, आणि त्या बब्बडला दे माझ्या मांडीवर."

मी तर त्याचीच वाट पाहत होते.

आईने मला उचललं.

बाबांनी मला अलगद घेतलं.

आम्ही तिघं बाहेरच्या खोलीत आलो.

बाबांच्या खांद्यावर मान ठेवून कुठे

दुधाच्या बादल्या किंवा पिंपं दिसतात का, हे मी पाहू लागले.

पण छे, तसं काही नव्हतंच!

या मोठ्या माणसांच्या जेवणात मला कुठेच दूध दिसेना.

मी मान उंचावून पाहिलं तर, निरनिराळ्या आकाराची पातेली, छोटे-मोठे डबे, रंगीबेरंगी बाटल्या, जाड-बारीक चमचे आणि भांडी घेऊन ही मोठी माणसं जेवायला बसली होती.

बाबा मला घेऊन खाली बसले. मी बाबांच्या कुशीत बसले.

आता मी सगळं जवळून पाहत होते.

सगळ्यांच्या समोर गोल गोल पसरट ताटं होती.

या ताटांचं काय करणार? की ही ताटं घेऊन, आता ही मोठी माणसं गाडी गाडी खेळणार?

मला काही कळेना.

पातेल्यावरची झाकणं काढली की त्यातून भसाभसा वाफ यायची.

आणि भसकन कुठलेसे चमचमीत वास यायचे.

मला तर फटाफट दोन-तीन शिंका आल्या! बाबा दचकले. मग मी हसले.

आई आणि आजी पदर खोचत उठल्या आणि म्हणल्या, ''चला, वाढूया.''

त्या काय वाढताहेत हे मला पाहायचं होतं.

पण तितक्यात बाबांनी मला खांद्यावर घेतलं. बाबा मला थोपटत होते. त्यांना वाटत होतं थोपटल्यावर मी झोपेन; पण मी चुळबूळ सुरू केली.

मी मान वळवून पाहिलं तर... मी चाटच पडले!

आई आणि आजीने त्या पसरट ताटात खूपच रंगीबेरंगी गोष्टी वाढल्या होत्या!

मी आतापर्यंत निरनिराळ्या रंगीबेरंगी साड्या, बांगड्या, अंगठ्या, शर्ट, चष्मे, घड्याळं, पॅण्टी, चपला, रुमाल, टोप्या, दुपटी, गोधड्या, चादरी, उश्या, बेडशीट्स, खेळणी आणि चित्रंसुद्धा पाहिली होती. पण...

चित्रविचित्र वास येणारे आणि त्यातूनच गरमागरम वाफा येणारे खाण्याचे इतके रंगीबेरंगी पदार्थ मी आयुष्यात प्रथमच पाहत होते.

हे खाताना कुडुम कुडुम, कुर्र कुर्र, चॅक चॅक असे वेगवेगळे आवाजसुद्धा येत होते.

मला वाटायचं, जेवण म्हणजे दूध. आणि दूध असतं पांढरं.

पण इथे तर काही वेगळाच प्रकार.

मोठ्या माणसांचं जेवण म्हणजे, 'रंग, वास, वाफा आणि आवाज!!'

मी तर भलतीच खूश झाले!

मस्त रंग, चमचमीत वास, निघणाऱ्या वाफा आणि कुरुकुरु-चुरुचुरु आवाज... वाह रे व्वा!

'कधी एकदा हे सगळं गट्टम् करते' असं झालं मला.

मी आरडाओरडा करायला सुरुवात केली.

चुळबुळ सुरू केली.

हात-पाय नाचवू लागले.

पण बाबांना काही कळेचना.

त्यांनी मला एका हाताने जाम दाबून धरलं आणि दुसऱ्या हाताने पानातले ते रंगीतसंगीत पदार्थ ते स्वतःच्याच तोंडात कोंबू लागले.

खाताना चॅक पॅक करत मिटक्या मारू लागले.

मध्येच माझ्याकडे बघत बोटं चोखू लागले.

मी हाताखाली दबून दबून बघत होते.

मला वाटलं, 'आता बाबांनी इतकं खाल्ल्यानंतर तरी एखादा घास मला मिळेल. मग मीसुद्धा मिटक्या मारीन... हाताचीच काय पण पायाची पण बोटं चोखीन!

मी विचार करू लागले, 'आपण तर हे खाऊन पाहिलंच पाहिजे. काय आयडिया करावी बरं?' हां, सुचलं!

मी डिस्को करायला सुरुवात केली.

फुर्र खुर्र करत, थुंकी उडवत डोळे मिचकावू लागले. हात-पाय झाडत, मान वळवत पडल्या पडल्या नाचू लागले.

माझा हा डिस्को पाहून बाबा एकदम दचकलेच!

बाबा भीत भीत म्हणाले, "अग, हे काय? बब्बडला झालं काय?"

आई हसली. आईने माझ्या मनातलं बरोबर ओळखलं.

आई म्हणाली, "अहो, आपण सगळेच तिच्या पुढ्यात खात बसलोय, तर... तिची नाही का भूक चाळवणार? अंऽऽ एक मऊसर घास भरवा तिला.. काऽय?"

मला खूप आनंद झाला!

मला वाटलं आता मिळालाच आपल्याला घास.

माझ्या तोंडाला पाणी सुटलं.

पण 'कसचं काय नि दुपट्यात पाय!'

आजी म्हणाली, "अग सूनबाई, आधी बब्बडचं उष्टावण करू; मग तिला घास देऊ. कसं?"

(जेवायला बसल्यावर माझी आजी, माझ्या आईला 'सूनबाई' म्हणते हे मला आत्ताच कळलं.)

आजीने असं म्हणताच, बाबांनी मान डोलवली आणि माझी चुळबुळ आणखी वाढली.

मी हात-पाय झाडत रागाने गुरगुरू लागले, तेव्हा मात्र बाबा चांगलेच गांगरले!

आणि... मला गप्प करण्यासाठी बाबांनी, त्यांचा उष्टा उजवा हात माझ्या तोंडावर चटकन ठेवला... आणि... मी तो पटकन चाटला ...

'या आडव्या आयुष्यात, मला प्रथमच, अन्नाची चव कळली!'

मी रागाने गुरगुरणं बंद केलं आणि चव घेत मिटक्या मारायला सुरुवात केली.

मी आनंदाने मिटक्या मारते आहे हे पाहताच, 'आजीची सूनबाई' खळखळून हसली. आणि, 'आपल्या मुलाने काहीतरी गडबड केली' अशी शंका आजीला आली. पण, मधल्यामध्ये माझी मात्र चंगळ झाली!

हं, तुम्हाला एक महत्त्वाची गोष्ट सांगायची राहिलीच की...

अहो अन्नाची चव सांगता येते.

पण... आई-बाबांच्या प्रेमाची चव चाखता येते...
पण सांगता येत नाही, हे कालच कळलं मला. 

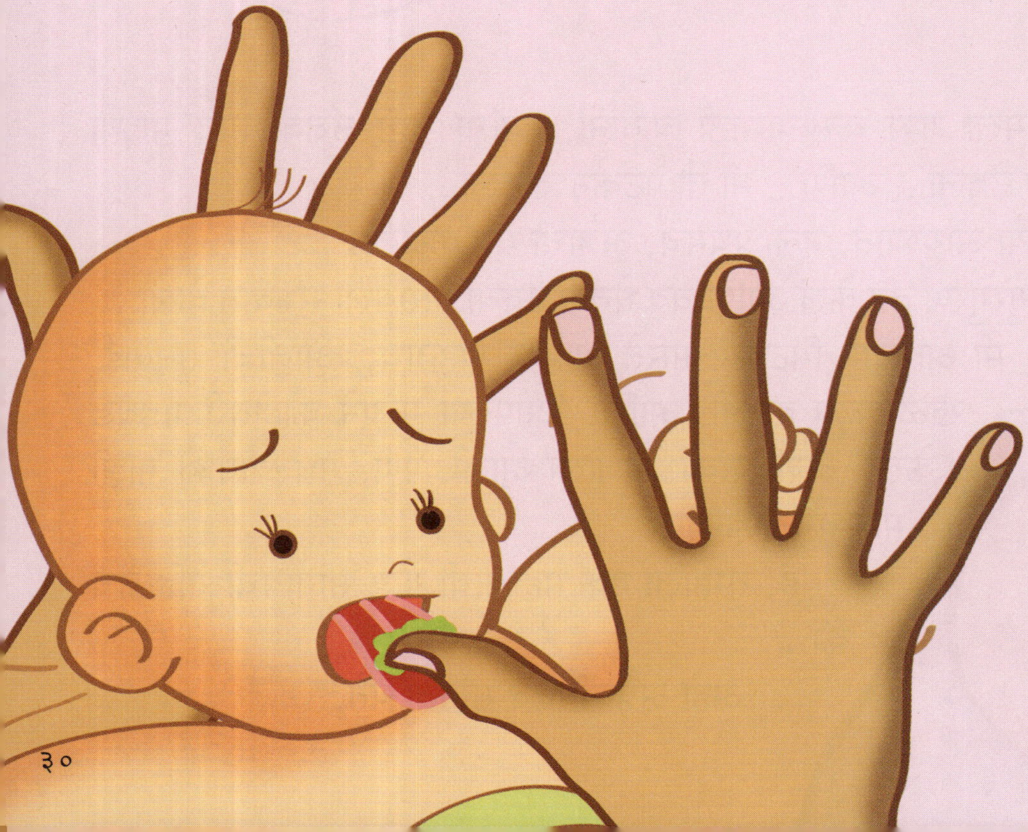

छोटे जवान

माझे डोळे बंद असतात, म्हणजे मी काही झोपलेली नसते. कधी कधी मी डोळे मिटून पडून राहते. सगळे आवाज ऐकत राहते. आईला हे सारं माहीत आहे.

जेव्हा मी झोपल्यासारखं दाखवते तेव्हा फक्त आईच माझ्याशी बोलत असते. तेव्हा मी मिटल्या डोळ्यांनी हूंऽऽऽ हूंऽऽ करत असते.

आज संध्याकाळी असंच झालं.

मी डोळे मिटून लोळत होते. आई मला म्हणाली, ''किती उशीर झाला ग, अजून बाबा आलेच नाहीत. चल, आपण खिडकीत उभ्या राहू. मला बाई काळजी वाटते.''

मी टक्कन डोळे उघडले. मी आणि आई खिडकीपाशी जातो, तोच बाबा रिक्षातून उतरले. आईची काळजी संपली. आईने मला घट्ट धरलं आणि माझी पापी घेतली.

बाबा धावतच घरी आले. आल्या आल्या मला उचलून घेतलं. माझे पटापट पापे घेतले.

मी हळूच पाहिलं तर, बाबांचे डोळे ओले होते.

बाबांनी मला खांद्यावर घेतलं. एका हाताने डोळे पुसत, ते आईला म्हणाले, "आज मला संध्याकाळी बब्बडची खूप म्हणजे, खूप म्हणजे, खूप खूप आठवण आली ग," बाबांनी पुन्हा एकदा मला कवटाळलं.

'बाबा का रडताहेत? त्यांचा आवाज का बदललाय? त्यांचे डोळे का सुजलेत? त्यांना बब्बडची आठवण का आली? त्यांना यायला उशीर का झाला....?'

आज संध्याकाळी असं झालं काय, हेच आईला कळेना.

आई पार चक्रावून गेली.

गोंधळून गेली.

काय करावं तिला कळेना.

बाबांना आईचा गोंधळ समजला.

माझ्या डोक्यावर हळूच तबला वाजवत बाबा म्हणाले, ''अग, तू काहीसुद्धा करू नकोस. बस बघू आधी.''

बाबांनी तबला थांबवला आणि बोलू लागले, ''अग, आमच्या ऑफिसमधला तो रमेश यादव तुला माहीत आहे ना?(हे ऐकताच आईने मान हलवली. आणि आईने मान हलवली म्हणून मी डोकं हलवलं!)

त्या रमेशचा भाऊ सैन्यात आहे. सहा-सात महिन्यांनी त्याला सुट्टी मिळाली

आणि दोनच दिवसांपूर्वी तो आपल्या बायको-मुलांना भेटायला घरी आला होता. त्याला कारगिलला युद्ध सुरू झाल्याची बातमी समजली. बोलावणं येण्याची वाट न पाहता तो म्हणाला, 'मला गेलंच पाहिजे!' आज ऑफिसमध्ये त्याला निरोप समारंभ होता.''

अचानक बाबांचा आवाज बदलला. ते आवंढा गिळत म्हणाले, 'अग, त्याला आपल्या बब्बड एवढीच मुलगी आहे ग! त्याच्या कडेवर बसून ती आमच्याकडे टुकूटुकू पाहत होती. मी मनात म्हटलं,हिला माहीत तरी असेल का, आपला बाबा कुठे चाललाय? आणि तिथे काय होऊ शकतं?....''

बाबांना मध्येच थांबवत, आईने, माझ्याच मनातला प्रश्न विचारला, ''अहो, त्या बबडीचं नाव तरी काय?''

''हं, तिचं नाव, तेजा प्रकाश यादव. आपल्या भाषणात प्रकाश म्हणाला, 'मित्रांनो, देश संकटात असताना, मला घरी बसताच येणार नाही. या देशाचं रक्षण करण्यासाठी मला गेलंच पाहिजे. मी तुमच्या विश्वासावर युद्धावर जात आहे. ही माझी तेजा आता तुमची आहे.

‘मी जेव्हा रक्त गोठवणाऱ्या थंडीत पहारा देत असतो, शत्रूशी सामना करत असतो, माझ्या जिवाची पर्वा न करता गोळीबार करत असतो, तेव्हा मी फक्त माझ्याच नव्हे तर तुमच्याही मुलांची काळजी करत असतो. देशाचं भवितव्य घडविणाऱ्या या मुलांना धक्का लागू नये, म्हणून आम्ही प्राण पणाला लावत असतो.

आम्ही आघाडीवर असताना तुमची मुलं आमची असतात आणि आमची मुलं तुमची...’’

बाबांना पुढे बोलवेना.

मला काही कळेना.

युद्ध म्हणजे काय?

शत्रू?

आघाडी?

देश?

प्राण पणाला?

रक्षण?

असे खूपच कठीण शब्द होते. मी आईकडे आशेने पाहिलं. मला वाटलं ती मला समजावून सांगेल.

युद्ध

पण छे! तीसुद्धा डोळ्याला पदर लावत होती.

ओल्या डोळ्यांनी आईने मला पाहिलं आणि चटकन उठून पटकन मला जवळ घेतलं.

अजून मला नीटसं काही समजलंच नव्हतं. खूप कठीण शब्द आले की मला काहीच कळत नाही. मग मी अशावेळी आईच्या तोंडाकडे निरखून पाहते. कारण, आईचं हसणं, रागावणं, खोटं खोटं रागावणं, दचकणं हे माझ्या माहितीचं आहे. पण... पण...!

असं डोळ्याला पदर लावणं, मी आजच पाहिलं!

बाबांचे असे डबडबले डोळे, मी आजच पाहिले!

मी ना अगदी सुन्न, का, काय म्हणतात ना, तशी झाले.

आई मला थोपटत म्हणाली, ''खरंच, आपण किती स्वार्थी असतो, नाही का? आपण नेहमी फक्त आपल्याच मुलांचा विचार करत असतो!''

यातसुद्धा कठीण शब्द! माझी पंचाईत होते ना.

बाबा म्हणाले, ''खरंय तुझं. मला वाटतं, बब्बडने मोठेपणी शिक्षिका व्हावं. खेड्यात जाऊन मुलांना शिकवावं. गावाबाहेरच्या मुलांना पण शाळेत आणावं.''

''हो, हो! पण एकटी बब्बड हे काम करणार नाही. तिच्या मदतीला 'आपली तेजा' पण असेल!'' आई बाबांना थांबवत म्हणाली.

हां! आत्ता मला समजलं. मी आणि तेजा गावातल्या मुलांबरोबर खेळणार आहोत तर! व्वा! मी आनंदाने हात-पाय झाडले. डोके हलवले.

माझ्याकडे पाहत आई म्हणाली, ''बघा. बघा. बब्बडला सगळं समजतं!

आणि हो, या दिवाळीला आपण नवीन कपडे न घेता, ते पैसे जवानांच्या मदत निधीला देऊ!''

बाबांनी मला घेतलं आणि म्हणाले, 'होऽ होऽ कबूल; पण या जवानाचं काय?''

आई माझ्याकडे पाहत, हसत म्हणाली, '' या जवानांना दोन दुपटी! एक दुपटं बब्बडला! दुसरं कुणाला?''

ओळखा पाहू! 

रंगीत घोटाळा

आज सकाळपासून सगळी रंगीत धमालच सुरू आहे.

म्हणजे आज सकाळी मी जरा लवकरच उठले.

डोळे उघडले आणि दचकले!

रंगीबेरंगी आकाश माझ्या नाकापर्यंत आलं होतं.

हे काय? माझा विश्वासच बसेना.

मी दुपट्यातल्या दुपट्यात चुळबुळ केली. अलगद मान वर केली तर रंगीत आकाशाला नाक लागलं.

मला खरंतर, अख्खं आकाश हाताने खाली खेचायचं होतं. किंवा लाथा मारून आकाश उडवून द्यायचं होतं.

पण... पण माझे हात-पाय दुपट्यात जाम बांधून ठेवल्यामुळे माझी पंचाईत होत होती.

हात-पाय बांधून ठेवले म्हणून मुळूमुळू रडत बसायला मी काही 'बावळट बाळ' नाही.

मी खूप जोर करून मान वरती उचलली आणि आकाश तोंडात धरून खाली खेचलं! आकाशाचा वास ओळखीचा वाटला! आणि...आणि मला कळलं, माझी फजिती झालीय्! अहो, ते आकाश नव्हतंच! अहो, माझ्या नाकावर माश्या बसू नयेत म्हणून आईने तिची साडी माझ्या पाळण्यावर घातली होती.

बाबा डोकावत म्हणाले, ''आँ? बब्बड उठली वाटतं?''

मी बाबांकडे पाहिलं आणि चमकलेच. बाबांना दोन मोठ्ठे रंगीत डोळे आले होते. बाबांचे आधीचे डोळे गोल होते; पण हे नवीन डोळे चौकोनी होते.

बाबांना माझ्यासारख्या पापण्या पण होत्या; पण आता तर नुसतेच मोठे रंगीत चौकोन!

मला वाटलं जसे लहान मुलांना पांढरे दात येतात तसे त्यांच्या बाबांचे गोल डोळे रंगीत, चौकोनी होतात.

मी नीट निरखून पाहिलं आणि जाम घाबरले! कारण त्या दोन चौकोनी डोळ्यांत मी माझेच फोटो पाहिले!

आईऽऽग! आता काय करायचं? गोल डोळ्यांचे जुने बाबाच बरे होते. हे चौकोनी बाबा जरा विचित्रच वाटतात. समजत नाही कुठे बघतात! मी नकळत किंचाळले (आणि त्याचबरोबर बाबांच्या नवीन डोळ्यांतल्या 'त्या दोन बब्बड' पण किंचाळल्या!) आणि माझा आवाज ऐकताच आई लगाबगा धावत आली. माझा पाळणा हलवत बाबांना म्हणाली, "काय हो, सकाळच्या वेळी पेपर वाचायलाही ही ट्यूबलाईट कशाला हवी? ट्यूब बंद करा पाहू."

बाबा चाचरत म्हणाले, "प...ण केव्हढा अं..धा..र..."

आई हसत म्हणाली, "अहोऽ, तो डोळ्यांवरचा रंगीत चष्मा काढा. म्हणजे मग

प्रकाश पडेल हो!

अहो, घरात बसून ते उन्हाचे चष्मे कशाला लावताय?

तुमचे हे असले डोळे बघून, ते बिचारं लेकरू घाबरलं असेल हो!''

उन्हाचा चष्मा काढत आणि खो खो हसत बाबा म्हणाले, ''हॅ! बब्बड नाही घाबरायची! अग, माझी फजिती झाली, म्हणून ही आनंदाने किंचाळली!

थांब, आता हिची चांगली गंमत करतो...''

त्यानंतर बाबांनी काय केलं, मला क्षणभर समजलंच नाही. पण... आई, बाबा, पाळणा, दुपटं, ट्यूबलाईट, पंखा, समोरचं कपाट, टेबलावरची पुस्तकं, भिंतीवरचं घड्याळ, कॅलेंडर हे सर्वच मला हिरवं, निळं, पिवळं दिसू लागलं.

माझं डोकं गरगरलं आणि डोळे भिरभिरले!

एका क्षणात रंग बदलणाऱ्या अशा वस्तू मी आयुष्यात प्रथमच पाहत होते.

मी घाबरून डोळे गच्च बंद केले. बंद डोळ्यांसमोरसुद्धा रंगांच्या लाटा उसळत होत्या.

मी पुन्हा दचकले. डोळे उघडले. सगळे आगाऊ रंग गायब झाले.

''अहो, बब्बडला कशाला चष्मा लावताय? थांबा हं!'' आईने असा दम भरताच बाबा उन्हाचा चष्मा घेऊन सावलीत पळाले.

आईने मला जवळ घेतलं. थोपटलं. इतक्यात दारावरची बेल वाजली. मी टुकूटुकू मान हलवली.

मनाली घरात आली.

मी मनालीला पाहताच पुन्हा एकदा माझ्या डोक्यात रंगीत घोटाळा झाला.

'मी चुकून उन्हाचा चष्मा तर नाही ना लावला?' असंही मला वाटलं.

मनाली माझ्याकडे पाहून हातवारे करत होती. आणि मला रंगीत चक्कर येत होती. कारण...

मनालीची एका हाताची बोटं एका रंगाची तर तळहात दुसऱ्या रंगाचा आणि नखं तिसऱ्याच रंगाची होती. आणि एक हात मात्र नेहमीसारखाच होता!

दोन्ही हात माझ्यासमोर धरत मनाली म्हणाली, ''चल बब्बड, मी तुला रंग लावते.''

मी घाबरून आईचे केस घट्ट धरले.

मला वाटलं आई मनालीला ओरडेल.

पण छे! आई मनालीची समजूत काढत म्हणाली, ''अग, बब्बड अजून छोटी आहे. बब्बड तुझ्याएवढी झाली की, मग तू तिला तुझ्यासारखं नेलपॉलिश लाव बरं.''

मनाली ठसक्यात म्हणाली, ''आणि मेंदीसुद्धा!

काकू-काकू, ही मेंदी किनई आधी हिरवी असते, मग लावल्यावर लाल होते आणि नंतर ना लाल-काळी होते. काकू, बब्बडला एक ठिपका लावू का हो?''

''अग मनाले, तू तिची ताई आहेस! बब्बड जरा मोठी झाली की तूच तिला मेंदी लावायची बरं.''

मनाली खूष झाली. आणि तिने आनंदाने जोरात टाळी वाजवली!

एका हाताची मेंदी दुसऱ्या हाताला लागली. हात चोळत मनाली घरी पळाली.

आईला खूप वाईट वाटलं.

मला थोपटत, कुरवाळत ती म्हणाली, "अग बाई, आता मनूचे दोन्ही हात लालेलाल होतील, मग ती जेवणार कशी बब्बड?

बब्बडे, आता आपण मनालीला बोलवूया. मनालीला भरवूया. चल..."

या सगळ्या रंग घोटाळ्यातून मला एक गोष्ट समजली.

उडणाऱ्या किंवा बदलणाऱ्या रंगासारखं आईचं प्रेम नसतं!

वेळप्रसंगी अडचणीतल्या मुलाला आपलंच मूल समजणं, हे आईचं प्रेम. आणि ‘नको म्हणून पाठ फिरवली’ तरी मागून धावत येतं, ते आईचं प्रेम! हे प्रेम, आईच्या ओलसर डोळ्यांत अन् उबदार स्पर्शात जाणवतं.

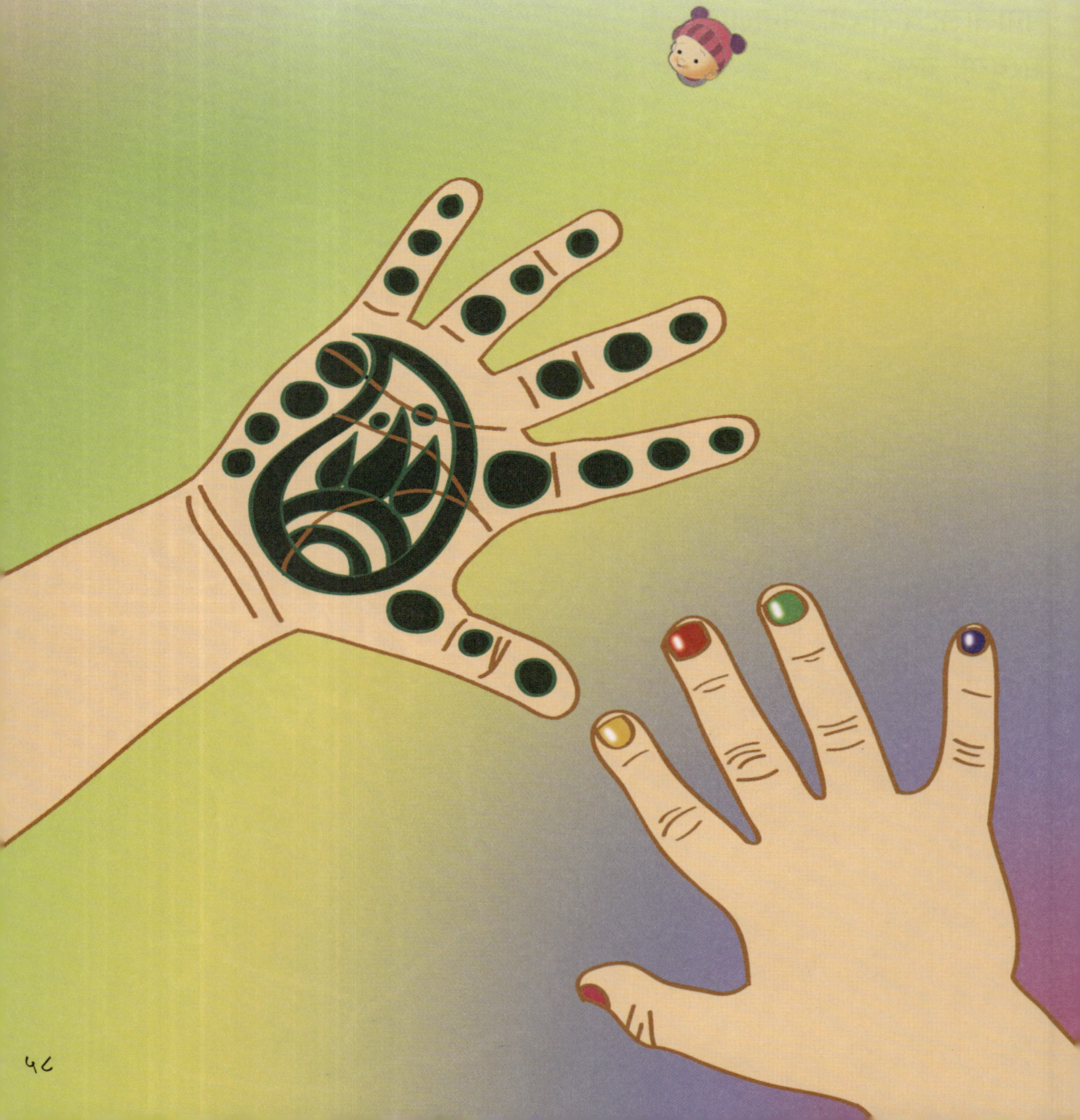

प्रेमाचा ढग

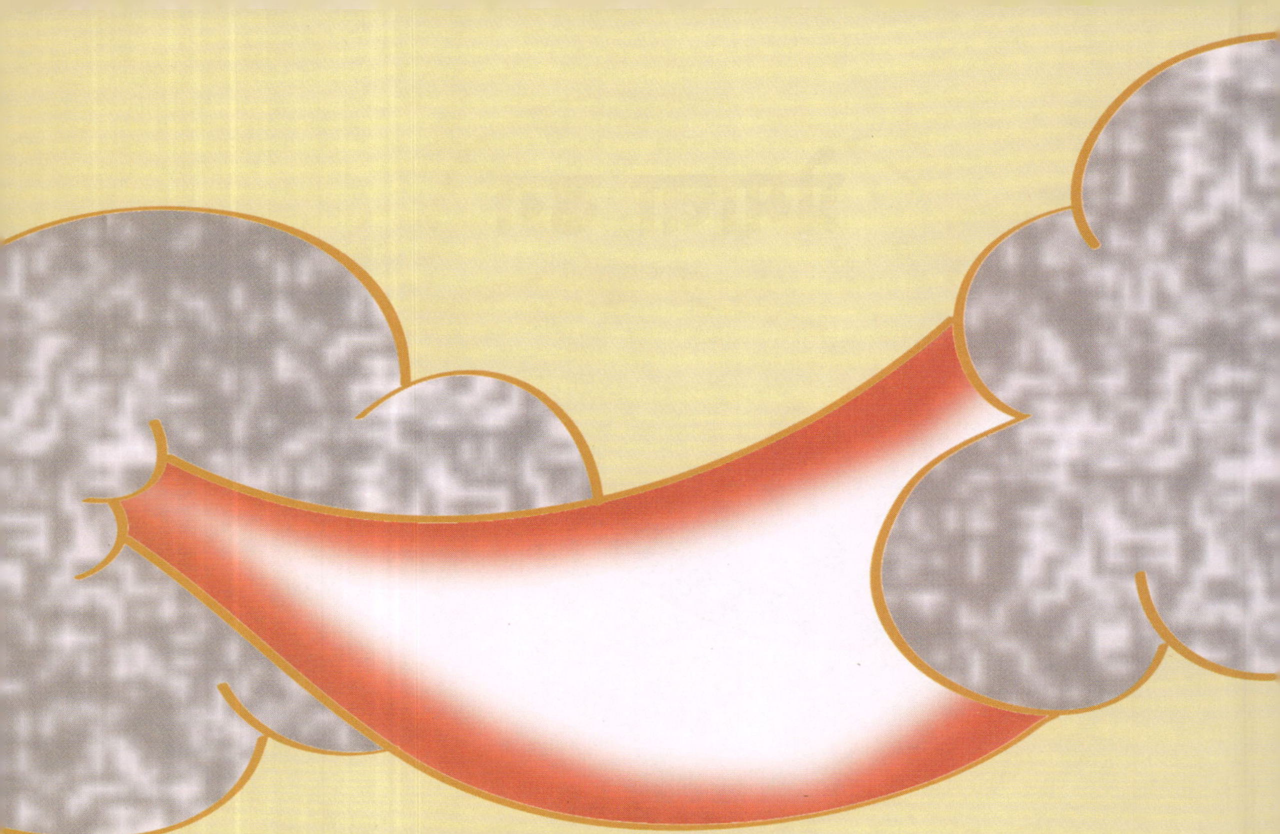

कालची गंमत मी विसरूच शकत नाही.

काल आम्ही सगळे, बाबांच्या मित्राकडे जेवायला गेलो होतो. (लहान मुलं शहाण्यासारखी, आपापल्या घरीच दूध पितात. कधीच लोकांच्या घरी दूध प्यायला जात नाहीत; पण ही मोठी माणसं लोकांच्या घरी जेवायला का जातात, हे मला नीटसं कळलं नाही.)

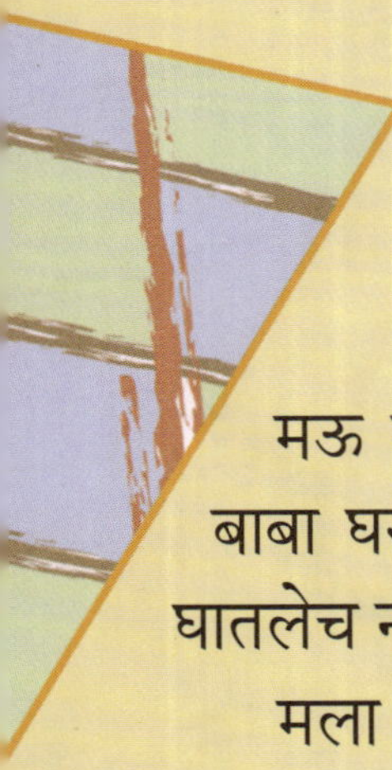

नेहमी बाबा संध्याकाळी घरी आले की, कपडे बदलतात, सैल सैल - मऊ मऊ कपडे घालतात. मग मला आणि चिंकूला मांडीवर बसवतात. काल बाबा घरी आले. त्यांनी कपडे बदलले; पण त्यांनी सैल सैल - मऊ मऊ कपडे घातलेच नाहीत. आम्हाला मांडीवर घेतलंच नाही.

मला कळेना, असं का? सकाळी जेव्हा बाबा मला कडेवर घेतात, तेव्हा त्यांच्या अंगाला साबणाचा, पावडरचा वास असतो. संध्याकाळी जेव्हा बाबा घरी येतात, मला जवळ घेतात तेव्हा त्यांच्या अंगाला पावडरचा, घामाचा आणि कुठलासा गोड वास येत असतो. काल संध्याकाळी बाबांनी कपडे बदलले. म्हणजे सैल, मऊ न घालता, ऑफिस कपडे घातले. त्यांनी मला जवळ न घेता, ते माझ्या फक्त जवळूनच गेले

आणि... ...गोड गोड वासाचा एक ढगच माझ्या बाजूने तरंगत गेला, असं मला वाटलं.

त्या ढगाएवढ्या गोड वासाने माझ्या नाकात चुरचुरलं, फुरफुरलं, कुरकुरलं आणि टुरटुरलं अन् मला शिंक आली आऽऽऽशिंऽऽऽफूऽऽटूऽऽऽर्ऽऽऽऽ.

चिंकू दचकली.

आई जरा रागावूनच म्हणाली, “काय हो, केवढा तो सेंट फवारलाय! शिंक आली ना बब्बडला! आता थोडा वेळ तिच्यापासून लांबच राहा हो!”

मला कळेना, असं का?

पण चिंकूला कळलं, असं का!

'अग बब्बड, आता किनई बाबांना भुर्र जायचं आहे. म्हणून बाबा तयारी करताहेत,' चिंकू असं म्हणाली आणि मला आईची हाक ऐकू आली. 'बबडेऽऽ चल, पटापट आवरूया. आपल्याला बाहेर जायचं आहे.'

मग आम्ही भराभरा आवरून बाबांच्या मित्राकडे गेलो. जाताना आईने मला कडेवर घेतलं आणि चिंकूला पिशवीत ठेवलं.

चिंकू पिशवीत होती तरी तिचं डोकं बाहेर होतं. लक्ष माझ्याकडे होतं आणि माझे कान आईकडे आणि डोळे चिंकूकडे होते.

आम्ही काकांकडे पोहोचलो. तिथे तर गोडधोड वासाचे लहान-मोठे ढगच तरंगत होते. मला फुर्रफुर्र, टुर्रटुर्र व्हायला लागलं. माझे डोळे बारीक झाले, गाल फुगले, तोंड उघडलं, ओठ लांब झाले, मुठी गच्च आवळल्या, पाय ताठ झाले, चेहरा कसानुसा झाला आणि माझी अडचण आईला समजली. आईने पाठीवरून हात फिरवला आणि मी फुर्रकन छोटी शिंक दिली!

आणि, तिथे बसलेले एक ढग म्हणाले, ''व्वा वहिनी! लसणीची फोडणी अगदी चरचरीत झालीय हं! कारण बब्बडने...''

त्यावर दुसरा एक ढग गडगडला, ''अहो, या असल्या फोडणीने बब्बडच काय पण ती पिशवीतली चिंकूसुद्धा शिंक देईल!''

मग त्या खोलीतले सगळेच ढग गडगडले!

थोड्या वेळाने बाबा आणि त्यांचे मित्र वेगवेगळ्या कपातून चहा पिऊ लागले; पण एकाच बशीतील बिस्किटे खात होते. (मोठी माणसं असं का करतात? सगळे मिळून एकाच मोठ्या कपातून चहा का पीत नाहीत, मला हे कळलं नाही.) मी आणि चिंकू कोपऱ्यात खेळत बसलो. घरात एवढी मोठी माणसं, पण घरात खेळणीच नाहीत! (असं का, हे मला कळलं नाही.) मग मी जुनी पेनं, रुमाल, कागदाचे तुकडे, रंगीत बटणं घेऊन खेळायला सुरुवात केली.

कागदाचे तुकडे आणि रंगीत बटणांचे वेगवेगळे पदार्थ चिंकूने केले. मी रुमालाची ताटं केली. पेनांचे चमचे केले. एका रुमालाचा ग्लास केला. पेनची स्ट्रॉ केली. सगळे पदार्थ ताटात वाढले. आणि मग...

मी 'चिंकूची आई' झाले!

मी चिंकूला मांडीवर घेतलं. तिला प्रेमाने भरवलं. तिला थोपटलं. मग तिला खांद्यावर घेऊन, तिच्या पाठीवरून हात फिरवला. तिला ढेकर आली. तिला मांडीवर घेऊन मी जेवणार, इतक्यात आई आली.

आई म्हणाली, ''चल बबडे, थोडंसं खाऊन घे आणि गाई गाई कर. हां आणि त्या पिटुकलीला पण घे सोबत.''

आईने मला आणि मी चिंकूला उचललं!

मी आईच्या मांडीवर बसले, आणि...

मी लगेचच आईची बब्बड झाले!

''बब्बड, चिंकूकडे लक्ष ठेवायचं. तिला नीट सांभाळायचं. तिची काळजी घ्यायची,'' असं आईने म्हणताच, मी पुन्हा 'चिंकूची आई' झाले!

आणि जेवल्यावर...

मी आणि चिंकू एकमेकींच्या गळ्यात गळे घालून झोपलो तेव्हा... मी चिंकूची ताई झाले! तेव्हा... 'चिंकूच्या ताईची आई' आम्हा दोघींना प्रेमाने थोपटत होती.

आईच्या हाताला मायेचा ओलसर वास येत होता. माझे डोळे जड झाले. एका प्रेमाच्या उबदार ढगात मी गुरफटून झोपलेय, असं वाटलं मला!

आमचा गाव

आता मी एक नवीन गोष्ट शिकलेय. 'रांगायला'!

मी आता हळूहळू रांगते. अडखळते. धडपडते. धरून उभं राहायचा प्रयत्न केला तर धपकन पडते. पडता पडता सावरते. इकडे-तिकडे बघते.

कुणी बघत असेल तर,

मी थोडीशी रडते. म्हणजे मोठी माणसं मला कडेवर घेतात. मला थोपटतात. खिडकीतून बाहेरची गंमत दाखवतात. मला थोडा वेळ बरं वाटतं!

आणि, कुणी माझ्याकडे बघत नसेल तर, मी हूं का चूं पण करत नाही. माझे पुन्हा पहिल्यासारखे प्रयोग सुरू होतात.

आता मी घरात रांगू-फिरू लागल्याने, आईला माझ्यामुळे काही काही गोष्टी समजतात. अं... म्हणजे नव्याने नवीन गोष्टी समजतात!

हसू नका. परवाचीच गोष्ट सांगते. (म्हणजे, तुम्हालाही एक नवीन गोष्ट समजेल.)

रविवार दुपारची वेळ होती. मोठ्या माणसांची जेवणं झाली होती. माझं दूध पिणंही झालं होतं. बाबा आरामात आरामखुर्चीत पडून पेपर वाचत होते.

माझी खेळ मस्ती सुरू होती, म्हणजे...

नीट आवरून ठेवलेली खेळणी इकडे-तिकडे फेकणे, खाली पडलेली खेळणी लाथेने उडवणे, कॉटवरची चादर ओढणे, कागद मिळाला की फाडणे, त्याची चव बघणे, थुंकणे आणि सगळ्यात आवडती गोष्ट म्हणजे जवळपास पाण्याने भरलेली बादली असेल तर दोन्ही हाताने पाण्यात थबाक् थबाक् करणे, कपडे भिजवणे. सगळीकडे पाणी पाणी करणे. (त्यावेळी आईच्या तोंडचं पाणी पळतं ही गोष्ट वेगळी.)

माझ्या खेळमस्तीतल्या काही गोष्टी पुन्हा पुन्हा तर काही गोष्टी मी आलटून-पालटून करत होते. पण तरीही बाबांचं माझ्याकडे लक्षच नव्हतं!

बाबांचं आपलं पेपरवाचन सुरू होतं. बाबा पेपर वाचताना कधी कधी पेन घेतात. पेपरावर लिहितात, थांबतात, विचार करतात, मध्येच आईला विचारतात, पुन्हा लिहितात, अधेमधे टाळी वाजवतात. माझी (बाहुली) चिंकू म्हणाली, “अग, याला म्हणे शब्दकोडे सोडवणे म्हणतात.”

मी सरकत सरकत आरामखुर्चीजवळ गेले. तिला धरून उभं राहण्याचा प्रयत्न

करू लागले तोच, माझा जोराचा धक्का बसला आणि बाबांच्या हातातलं पेन खाली पडलं! मी धपकन जमिनीवर बसकण मारली.

मला वाटलं, आता मला टप्पल बसणार! मी दोन हात टेकून थोडंसं खाली वाकून भीत भीत बाबांकडे पाहिलं. डोळे मिचकावले.

पाहते तर काय?

बाबांचं आपलं पेपरवाचन सुरूच!!

मी पटकन पेन घेतलं. सवयीने तोंडात घातलं. थू-थू करत भर्रकन भिरकावून दिलं. तरीही, बाबांचं आपलं पेपरवाचन सुरूच!

मग मात्र मी वैतागले!

बाबा रविवारीच फक्त घरी असतात, तेव्हासुद्धा पेपर वाचत असतात. मग माझ्याशी कोण खेळणार? माझे लाड कोण करणार?

मी हळूहळू सरकत बाबांच्या समोर आले. डाव्या हाताने खुर्ची धरून उभी राहिले.

आता मला बाबांच्या मांडीवर चढून बसायचं होतं.

मी दोन्ही हातांनी खुर्ची घट्ट धरली. खाली वाकले. उजवा पाय वर करून खुर्चीवर ठेवला. मान वर केली. एका हाताने बाबांना पकडण्याचा प्रयत्न केला; आऽऽणिऽऽ

मी धपकन खाली पडले. पडता पडता सावरले. हात-पाय जरासे आपटलेच! मला वाईट वाटलं; कारण...

तरीही आपलं बाबांचं पेपरवाचन सुरूच की !

मी लांब जाऊन भॅं भॅं, भॅं भॅं करत भोकाड पसरलं. बसल्या बसल्या जमिनीवर पाय घासले; हात आपटले; मग जमिनीवर लोळण घेतली. हवेत लाथा मारल्या. जमिनीवर चापट्या मारल्या.

तरीसुद्धा बाबांचं आपलं पेपरवाचन सुरूच की!

माझा आवाज ऐकून आई लगाबगा धावत आली. माझा अवतार पाहून आश्चर्याने बाबांकडे पाहू लागली.

तरीही बाबांचं आपलं पेपरवाचन....!

आईने खाली वाकून मला वर उचललं. कडेवर घेतलं. थोपटलं. मला तर तेच हवं होतं! मी गप्प बसले. एकदम शांत शांत!

तरीही, कुठूनतरी मंदसा घुर्रऽऽ घुर्रऽऽ असा आवाज ऐकू येत होता. आईने आधी संशयाने माझ्याकडेच पाहिलं.

मग माझं डोकं मागे करून खात्री केली. (म्हणजे माझं नाक साफ आहे का ते पाहिलं.) तरीही मंदपणे घुर्रऽऽ घुर्रऽऽ सुरूच!

आईने आवाजाच्या दिशेने थोडा कानोसा घेतला. मला एका हाताने सावरलं. आई बाबांच्या समोरच जाऊन उभी राहिली.

मी घाबरले. डाव्या हाताने आईचे केस गच्च धरले.

तरीही, बाबांचं आपलं पेपरवाचन सुरूच सुरू की!

आईने हळूच पेपरात डोकावलं.

तर, शब्दकोड्याच्या मागून घुर्रऽऽऽ घुर्रऽऽऽ घुर्रऽऽऽ...

आई अवाक् झाली!

शब्दाशिवाय कोडं सुटलं!

"तरीच म्हटलं मला न विचारता शब्दकोडं कसं काय सुटलं हो?" असं आईने ठणकावून म्हणताच बाबा दचकून उठले.

आपला चष्मा सावरत व पेन शोधत बाबा म्हणाले, "अग, ते अमुकतमुक गाव कुठलं ग?"

आई पटकन म्हणाली "ढाराढूर - पंढरपूर!"

हे ऐकताच बाबा ठो ठो हसले, म्हणाले, ''या बबडेमुळेच तुला माझ्या गावाचं नाव समजलं! दे तिला इकडे. चांगली बदडतो तिला.''

बाबांनी मला जवळ जवळ ओढूनच घेतलं. मला घट्ट मिठीत घेत बाबा म्हणाले, ''मी जरा जातो. सोबत हिलाही नेतो.'' आईने तोंडाचा चंबू करत विचारलं ''कुठे हो?'' बाबा हसत म्हणाले ''गावाला! ढाराढूर पंढरपूरला!''

मग आम्ही डोळे मिटून गावाला गेलो.